છેલ્લે જોયું

WHEN AGAIN ONE DAY..

મિલન સાખલીયા

ISBN 979-888546391-1

સામગ્રી

પ્રસ્તાવના

સમય હતો લોકડાઉન નો જે કોરોનાકાળ માં હતો. આ સ્ટોરી માં વાત માહિર ની છે. માહિર એક કોલેજ સ્ટુડન્ટ છે જેને મોડેલિંગ નો શોખ છે અને તેને લખવાનો પણ શોખ છે, માહિર ને ઘર માં ગમતું ન હતું પણ કરે તો શું કરે ઘર માં જ રહેવું જ પડે. તેને એક દિવસ તેને ઘરમાં બેઠો હતો અને એને વિચાર આવ્યો કે કંઈક લખું, પછી શું લખવું તે વિચારતો હતો પણ યાદ આવ્યું નહિ અને તે વિચારતા વિચારતા જ સુઈ ગયો. આમ જ એક બે દિવસ સુધી વિચારતો જ રહ્યો પણ કંઈક વિચારી શક્યો નહિ. એક દિવસ રાતે ટેરેસ પર સૂતો હતો અને એને વિચાર આવ્યો. પછી શું નીચે આવીને સ્ટોરી લખવાનું શરુ કર્યું.

1
First story

હવે વાત આવી કે શું લખ્યું હશે તો એને એવી લવ સ્ટોરી લખી જેમાં ન તો છોકરા ની હિંમત થઈ પ્રપોઝ કરવાની કે ન તો છોકરી ને હિંમત થઈ, નામ હતું એનું અભય અને રુબી.

બંને લોકો હજી માત્ર સ્કૂલ માં જ અભ્યાસ કરતા હતા.સમય હતો 2012 નો, પણ બંને માંથી કોઈએ પણ વિચાર્યું નહોતું કે એક બીજા ગમવા લાગશે. અભય 8th માં હતો, જયારે રુબી 7th માં હતી. અભયે એક સમયે રુબી ને જોઈ હતી પણ એના વિષે કઈ વિચાર્યું ન હતું. અભયને સ્કૂલે જવા માટે બસ આવતી હતી તો તે પોતાની સોસાયટી ના ગેટ પાસે રાહ જોતો હતો. તે જ સમયે રુબી ત્યાંથી સ્કૂલે જવા નીકળતી તેની સ્કૂલ નજીક હતી તો તે ચાલીને જતી હતી. કારણકે તેનું ઘર અભય ની સોસાયટી ની બાજુની સોસાયટી માં જ હતું. રોજ આવી રીતે બને સવારે એક બીજા ને માત્ર જોતા હતા. ક્યારેય આગળ કઈ વિચાર્યું ન હતું. બને લોકો પોતાની લાઈફ માં મસ્ત હતા. તેઓ ક્યારેય મળ્યા ન હતા, રોજ સવારે એક વખત મળતા એ પણ એક બીજા ની સામું જોતા એનાથી આગળ કઈ જ ન હતું. આમ જ એક વર્ષ જતું રહ્યું હતું. અભયની સોસાયટી ની બહાર એક મોટું નવું ગાર્ડન બન્યું હતું. આજુ બાજુ ની સોસાયટીના બધા લોકો ત્યાં આવતા જતા હતા, પછી વેકેશન ચાલુ થયું હતું, રુબી વેકેશનમાં બહાર ફરવા ગયા હતી, અભયનું તો આખો દિવસ ગાર્ડન માં જ ફરતો હતો તેના મિત્રો સાથે

રમતા હતા. તેના અમુક મિત્રો તેનાથી ઉંમર માં મોટા હતા પણ અભય ને મોટા મિત્રો સાથે રમવાની માજા આવતી હતી તો બધા સાથે રમતા હતા. કેટલાક મિત્રો ને ગર્લફ્રેન્ડ પણ હતી. અભય ને એ બધા માં કઈ રસ ન હતો એને નવાઈ લાગતી હતી. એક તો મોટા મિત્રો એમાંય પાછી ગર્લફ્રેન્ડ. અભય તો તેના મિત્રો અને મિત્ર ની ગર્લફ્રેન્ડ સાથે હતા. એમાં એક મિત્ર એવો પણ હતો જેને ગર્લફ્રેન્ડ ન હતી જે અભય નો બેસ્ટફ્રેન્ડ હતો. જેનું નામ વિરાજ હતું. આ બંને સાથે જ હોય જ્યાં પણ હોય, એક દિવસ ગાર્ડન માં એક છોકરી વિરાજ ને ગમી ગઈ હતી. જયારે બધા મિત્રો સાથે રમતા હતા ત્યારે ત્યાંથી નીકળી હતી. વિરાજે એની સામે જોયું અને સ્માઈલ આપી પણ એ છોકરી ખાલી સામું જોઈને ત્યાંથી જતી રહી, આવું જ થોડાક દિવસ ચાલ્યું એક દિવસ વિરાજે નક્કી કરી લીધું કે આજ તો તેને પૂછવું જ જોઈએ. એક દિવસ વિરાજ અને અભય એ છોકરી પાસે ગયા અને વિરાજે તેનું નામ પૂછ્યું તેણે કહ્યું શ્રેયા. ફ્રેન્ડશિપ માટે પૂછ્યું, તો શ્રેયા એ કહ્યું મને સમય જોઈએ વિચારવા માટે, બીજા દિવસે તેની હા આવી. પછી તો વિરાજ અને શ્રેયા ગાર્ડન માં સાથે ફરતા. પછી અભય એકલો થઈ ગયો હતો તો તે તેની ઉંમર ના મિત્રો સાથે રમતો અને ફરતો હતો. એક દિવસ તે ગાર્ડનમાં તે હીંચકામાં બેઠો હતો એક છોકરી તેની બાજુના હીંચકા માં જ બેઠી હતી. અભય ની નજર બાજુ માં ગઈ. અભય ને તે છોકરી ગમી ગઈ. રોજ તેની બાજુના હીચકા માં બેસતો હતો. અભય ને થયું કે, હું પણ વિરાજ ની જેમ ફ્રેન્ડ બનવાનું પૂછીશ. અને એક દિવસ અભયે ફ્રેન્ડ બનવાનું પૂછી લીધું તો તે છોકરી એ કઈ જવાબ ન આપ્યો અને ત્યાંથી જતી રહી. બીજા દિવસે અભયે ફરી પૂછ્યું તો તેને ખાલી પોતાનું નામ જણાવ્યું જે નિકી હતું. પછી બે દિવસ નિકી ગાર્ડન માં ન આવી અભય તેની રાહ જોતો રહ્યો. જયારે નિકી ગાર્ડન માં આવી ત્યારે અભય તેને જોઈ ને ખુશ થાય ગયો અને ફરી સાથે હીંચકા ઝુલવા લાગ્યા. ધીમે ધીમે અભય અને નિકી સાર મિત્રો બની ગયા હતા. બધા મિત્રો રમતા હોય તો પણ અભય નિકી સાથે જ રહેતો, રમતો નહિ. આખું વેકેશન આમ જ પૂરું થઈ ગયું હતું. ફરી રોજ ની જે અભય બસ ની રાહ જોતો હતો રુબી પણ પેહલા ની જેમ સ્કૂલે જવા નીકળતી હતી. અભય ને તો નિકી ગમતી હતી તો રોજ ની જેમ.માત્ર રુબી ની સામે જોતો.

પછી સ્કૂલ ખુલી ગયા હતી તો ગાર્ડન માં જવા મળતું ન હતું અને નિકી ને પણ મળવાનું બંધ થઇ ગયું હતું. રવિવાર આવે ત્યારે જ જવાનું પણ નિકી નું નક્કી ન હોય તે આવે નો પણ આવે. અભય ને નિકી વગર ગમતું ન હતું. આમ જ થોડાક દિવસ આમ જ ચાલતું રહ્યું. પછી અભય પોતાની જુના મિત્રો સાથે જ રમતો. 6 મહિના પછી તેનો બેસ્ટફ્રેન્ડ પણ પાછો આવી ગયો હતો વિરાજ. તેની ગર્લફ્રેન્ડ બીજા શહેર માં જતી રહી હતી, પછી વિરાજ અને અભય સાથે રહેતા હતા..

પછી એન્ટ્રી થઇ ઈરા ની..

અભય ની સોસાયટીમાં જ રહેતી હતી, એક દિવસ વિરાજે અભય ને કહ્યું કે તું ઈરાને ગર્લફ્રેન્ડ બનાવી લે. આમ તો ઈરા અને અભય સાથે જ મોટા થયા હતા. સારા ફ્રેન્ડ હતા પણ અભયે ક્યારેય પણ ઈરા વિશે એવું કઈ વિચાર્યું ન હતું. તે વિચારીને બીજા દિવસે વિરાજ ને કહ્યું કે બસ હવે તો કહી દઈશ આ વખતે ડર નથી રાખવો અને ઈરા ને મળ્યો બધું કહી દીધું કે, હું તને ફ્રેન્ડ નઈ ગર્લફ્રેન્ડ બનાવવા માંગુ છું. ઈરા ને અભય ગમતો હતો પણ એણે હા નો પાડી અને એમ કહ્યું કે ના આપણે બંને ફ્રેન્ડ જ બરાબર છીએ. અને અભય સમજી ગયો કે હવે બીજી વાર નથી પૂછવું અને ફ્રેન્ડ ની જેમ જ રહ્યો. અભય નિકી ને પણ યાદ નહોતો કરતો અને ઈરા ને પણ ભૂલી ગયો હતો. લગભગ એક વર્ષ જતું રહ્યું હતું, પરંતુ રુબી ને તો રોજ સવારે જોતો હતો દિવસો જતા હતા આવી જ રીતે પરંતુ એક દિવસ અભય અને રુબી ની નજર એક બીજા સાથે મળી અને બસ પછી શું..!!

પછી તો એક બીજા માં જ ખોવાય ગયા, બંને ને ખબર નહોતી કે શું ચાલી રહ્યું છે, પછી તો તે બંને લોકો રોજ એક બીજા ની સામે જોવા લાગ્યા હતા. રુબી ના મન માં અભય માટે કેટલાય પ્રશ્ન પણ હતા, કારણકે એક બીજા ને ઓળખતા નહોતા બસ ખાલી રોજ એક બીજા સામે જોતા, ધીમે ધીમે અભય ને પણ રુબી ગમવા લાગી હતી પણ કેહવું કેવી રીતે..? અભય ના મન માં ડર હતો કે રુબી એને રિજેક્ટ કરી દેશે તો. આ ડર ને લીધે અભય ચૂપ રહ્યો પણ જેમ જેમ દિવસો ગયા રુબી તરફ એ આકર્ષિત થવા લાગ્યો હતો, રોજ સવારે તેને જોવા માટે જલ્દી સોસાયટી ના ગેટ પાસે આવી જતો હતો. રુબી પણ રોજ અભય ને જોઈ ને સ્કૂલે જતી હતી. બંનેના મન માં હવે તો ઘણા બધા પ્રશ્ન

થવા લાગ્યા હતા, સાથે ને ડર પણ હતો. આવી જ રીતે એક વર્ષ જતું રહ્યું હતુ. એક વર્ષ સુધી બંને માંથી કોઈ એ પણ સામે થી કાંઈ પૂછ્યું જ નહિ. હવે અભય 10th માં આવી ગયો હતો. રુબી પણ 9th માં આવી ગયા હતી. અભય ને બોર્ડ હતું. તો ભણવામાં પણ અઘરું લાગતું હતું. તેથી તેને ટ્યૂશન રાખ્યું હતું. હવે તો આખો દિવસ સ્કૂલ અને ટ્યૂશન માં વ્યસ્ત થઈ ગયો હતો. રોજ ગેટ પાસે રુબી ની રાહ જોતો હતો પણ રુબી આવતી નહોતી, અભય ને ગમતું નહોતું રુબી વગર, પણ બોર્ડ હતું તો ભણવામાં ધ્યાન આપવું પડે. પછી આખો દિવસ વાંચવામાં ધ્યાન આપવા લાગ્યો હતો. રુબી ને યાદ કરતો પણ એને ખબર નહોતી કે રુબી સવાર ની જગ્યાએ બોપરે સ્કૂલ જતી હતી કારણકે તેનો ટાઈમ બદલી ગયો હતો. તે પણ વિચારતી હતી કે અભય શું વિચારતો હશે. મને યાદ કરતો હશે કે શું.

હવે બંને લોકોનું આવુ જ વિચારતા વિચારતા દિવસો જતા હતા, સમય જતો હતો, લગભગ એમ જ બીજું વર્ષ પણ પૂરું થવા આવ્યું હતું પણ હજી કઈ થયું નહોતું. એક દિવસ અભય થી રહેવાયું નહિ તેના ફ્રેન્ડ વિરાજને આ વાત કરી. વિરાજે થોડી તપાસ કરી રુબી નું ઘર નું એડ્રેસ ગોતી અભય ને આપ્યું. એક દિવસ અભય રુબીને મળવા તેના ઘર પાસે ગયો, પણ મળવું કેવી રીતે. અભયને તો એ પણ નથી ખબર કે તેનું નામ રુબી હતું. થોડી વાર ત્યાં રાહ જોઈ કે રુબી તેની બાલ્કની માં આવશે અને મને જોશે. પણ રુબી આવી તો ખરા બાલ્કની માં પણ એને અભય સામે કઈ ધ્યાન ન આપ્યું.. અભય ને થયું કે તે એને ભૂલી ગઈ છે. એવું હજી વિચારતો જ હતો ત્યાં રુબી ના ઘર માંથી આવાજ આવ્યો તેના મમ્મીનો એ રુબી ને નીચે બોલાવતા હતા રુબી બાળકની માં હતી તો બૂમ પાડીને બોલાવી હતી. અને અભય ને નીચે સંભળાય ગયું કે એનું નામ રુબી છે. પછી અભય વધારે ત્યાં ઉભો ન રહ્યો ત્યાંથી નીકળી ગયો, ને પોતાના ઘરે આવી ગયો. બોર્ડની પરીક્ષા પણ નજીક આવી રહી હતી. તો વાંચવા બેસવું પડે પરીક્ષા પુરી થઈ ગયા, પછી વેકેશન પડ્યું. પછી તો અભય આખો દિવસ ફ્રી રહેતો ગાર્ડન માં રમવા જતો હતો, પણ તેને એક દિવસ અચાનક યાદ આવ્યું કે રુબી ને મળવાનું હતું. તે રોજ તેના સોસાયટીના ગેટ પાસે ઉભો રહીને રાહ જોતો અને વિચારતો કે ક્યારેક તો અહીં થી નીકળશે, હવે તો રોજ આવવા લાગ્યો

હતો ગેટ પાસે. આખો દિવસ ત્યાં જ રહેતો હતો. એક દિવસ બોપરે તે ગેટ પાસે ઉભો હતો, અચાનક ત્યારે રુબી ત્યાંથી નીકળી પણ રુબી એ મોં ઢાંકેલું હતુ. પણ અભય એને ઓળખી ગયો હતો પણ રુબી શું વિચારશે તેવું વિચારીને, તેની સાથે વાત કરવાની હિંમત ન થઈ વાત કરવાની. હવે અભય ને ખબર પડી ગઈ હતી કે રુબી બોપરે સ્કૂલે જાય છે. તો તે બીજા દિવસે પણ બોપરે સોસાયટીના ગેટ પાસે આવી ને રુબી ની રાહ જોતો હતો, રુબી આવી ત્યારે તેની સામે જોયું, રુબીએ પણ જોયું. ત્રીજા દિવસે પણ રાહ જોતો હતો પણ રુબી આવી જ નહિ. અભય નિરાશ થઈ ગયો અને ઘરે જતો રહ્યો. બીજા દિવસે સવારે જયારે તે ક્રિકેટ રમવા માટે ગયો ત્યારે રુબી ને સ્કૂલે જતા જોઈ અને અભય તેની પાછળ ગયો સ્કૂલ સુધી પણ સ્કૂલ પાસે તો ઘણી બધી છોકરીઓ હતી ગર્લ્સસ્કૂલ હતી એટલે પછી ત્યાંથી પાછો આવી ગયો. પછી ના દિવસે અભય સવારે રુબીની રાહ જોઈને ઉભો હતો, તે આવી અભય સામે જોયું અને સ્કૂલે જતી રહી. હવે અભય સમજી ગયો હતો કે રુબી ની પરીક્ષા ચાલે છે એટલે સવારનો ટાઈમ છે સ્કૂલ નો, કારણકે અભયને તો બોર્ડ ની પરીક્ષા પૂરી થઈ ગઈ હતી તો વેકેશન ચાલું થયું હતું. પછી આખો દિવસ આનંદ માં રહેતો હતો. સવારે રુબી ને જોતો હતો, વેકેશન હતું, આખો દિવસ રમવાનું, ગાર્ડન માં ફરવાનું. પછી ના દિવસે અભયે વિચાર્યું કે બસ આજે રુબી સાથે વાત કરું. તે ગેટ પાસે રાહ જોતો હતો રુબી ત્યાં થી નીકળી પણ તેના પપ્પા સાથે હતી. તો અભય ત્યાં જ રહ્યો કઈ કર્યું નહીં. બીજા દિવસે પણ રુબી તેના પપ્પા સાથે હતી. અભએ એક બે દિવસ રાહ જોઈ પરંતુ રુબી તેના પપ્પા સાથે જ આવતી હતી. અભય રાહ જોતો રહ્યો કે ક્યારે રુબી એકલી આવે અને તેની સાથે વાત કરું. એક દિવસ અભય સવારે ત્યાં જ ગેટ પાસે રાહ જોતો હતો, ત્યારે પણ રુબી તેના પપ્પા સાથે જ હતી. અભએ જોયું પછી આખો દિવસ ત્યાં ઉભો હતો, બપોર થઈ ગઈ હતી. અભય તેના મિત્રો સાથે ત્યાં જ ઉભો હતો, ત્યારે જ એક છોકરી ત્યાંથી નીકળી મોં ઢાંકેલું હતું અભય ઓળખી ગયો કે એ બીજું કોઈ નઈ રુબી જ છે અભએ જોયું એ એકલી હતી, અભય રુબી ની પાછળ ગયો, આગળ જતા રુબી નું ઘર નજીક જ હતું, રુબી ને ખબર હતી કે અભય તેની પાછળ આવે છે તો તેણે પણ રસ્તો બદલાવી નાખ્યો ઘરે જવા માટે જ્યાં કોઈ ન હતું ત્યાં થી બીજા

રસ્તે થી ગઈ, પણ અભય ને ખબર ન હતી કે રુબીએ રસ્તો બદલાવી નાખ્યો છે, અભય તો મેઈન રોડ પર થી જ રુબી ના ઘર પાસે જતો હતો. પણ તેને કોઈ રસ્તા પર દેખાયું નઈ તો તેને થયુ કે રુબી ઘરે પહોંચી ગઈ હશે. અભય પાછો પોતાના ઘર તરફ જવા નીકળો ત્યારે તેની પાછળ જ રુબી તેની સામે આવતી દેખાય છે અને અભય રુબી પાસે જાય છે, કારણકે રસ્તામાં પબ્લિક ઓછી હોય છે બોપર નો સમય હતો તેથી. અભય રુબી પાસે જાય છે રુબી ચાલતી હોય છે તો ઉભી રહી જાય છે, અભય તેની પાસે જઈ તેની સામે જોવે છે, પણ કઈ બોલે એ પેલા રુબી પોતાનો ચેહરો બતાવે છે અને અભયે પેહલી વાર જ આટલી નજીક થી જોઈ હતી તો તેના માં ખોવાય જાય છે રુબી પણ અભય ને જોવે છે પણ કાંઈ બોલતી નથી, બંને લોકો ના હાર્ટ બીટ વધી જાય છે, થોડા નર્વસ થાય છે, શું કરવું, શું વાત કરવી, શું પૂછવું તે ભૂલી ગયા. થોડી ગભરામણ પણ થાય છે પછી અભયની કાંઈ પણ બોલવાની હિંમત નથી થતી. અને તે ત્યાંથી પાછો વળી જાય છે અને પોતાની સોસાયટી ના ગેટ પાસે આવી જાય છે, અને અભય ને જે અફસોસ થાય છે એનું વર્ણન કરવું મુશ્કેલ છે, અને તેને આખો દિવસ રુબી ના વિચાર કરતો રહે છે અને મનમાં ને મન માં ગિલ્ટી ફીલ થાય છે. અને અફસોસ રહી જાય છે, પછી ના દિવસે રુબી નથી આવતી કારણકે એને વેકેશન પડી ગયું છે તો ઘર પર જ હોય છે. અભય આખું વેકેશન રાહ જોવે છે ક્યારેક તો અહીં થી નીકળશે પણ રુબી આવતી નથી. વેકેશન પછી અભય બીજા શહેર માં કોલેજ માટે જતો રહે છે અને રુબી ને ભૂલી જાય છે પણ તે એક યાદ બની ને રહી જાય છે. ત્યારે જ માહિર ના ઘરે વહેલી સવારે ન્યુઝ પેપર વાળો આવે છે અને માહિર ને ખબર પડે છે સવાર થઈ ગઈ છે અને તે પેપર લઈને પછી સુઈ જાય છે. તો આ હતી માહિર ની પેહલી સ્ટોરી.

2
Second story

માહિર બોપરે ઉઠ્યો અને બીજી સ્ટોરી માટે વિચારતો હતો કે લખું કે શું કરું. લગભગ એક અઠવાડિયા પછી માહિરને એક સ્ટોરી વિચારી લીધી હતી અને તેણે વિચાર્યું હતું કે આ સ્ટોરી એવી લખી. જેમાં જે છોકરો(કરણ) અને છોકરી(દિશા) છે. આ સ્ટોરી માં ન તો કરણ ને ખબર છે કે નથી દિશા ને ખબર બંને લોકો એક બીજા ને જોયા વગર જ લવ થઈ જાય છે જે અનોખો છે. તો વાર્તા ની શરૂઆત ત્યાંથી થઈ જયારે કરણ પોતાની નવી કોલેજ માં એડમિશન લે છે , જ્યાં દિશા પહેલેથી જ છે પણ એક બીજા ને ઓળખતા નથી. કરણે એડમિશન મોડું લીધું હતું જયારે કોલેજ શરુ થઈ ગઈ હતી. કરણ B.A.માં લે છે, દિશા એ પણ B.A.માં જ લીધેલું છે. દિશા ને નોવેલ વાંચવાનો શોખ છે. કરણને પણ નોવેલ વાંચવાનો શોખ છે. દિશા રોજ ટ્રાઇમ મળે ત્યારે લાઈબ્રેરીમાં જઈ ફરાઝ કાઝી ની નોવેલ (Truly, Madly, Deeply!) ની બુક વાંચે છે. અને ત્યાંજ પાછી મૂકી દે છે. કરણ નો પેહલો દિવસ હોય છે તો શરૂઆત માં એકલો રહે છે. જેમ જેમ દિવસો જાય છે કોલેજ માં નવા ફ્રેન્ડ્સ બનાવે છે. થોડાક દિવસ કોલેજ જોવે છે કેવી છે ત્યાં ના લોકો કેવા છે. પછી કરણ તેના ફ્રેન્ડ્સ સાથે કોલેજ માં ગમવા લાગે છે. એક દિવસ તે લાઈબ્રેરીમાં જાય છે અને એજ બુક જોવે છે જે દિશા વાંચતી હોય છે. અને ગમી જાય છે તો વાંચવા છે. કરણ રોજ લાઈબ્રેરી માં આવવા લાગે છે અને એ બુક વાંચે છે. તેનો ટાઈમ દિશા કરતા

મોડો હોય છે કારણકે તેને એક્સ્ટ્રા ક્લાસીસ હોય છે અને દિશા જલ્દી ફ્રી થાય જાય છે તો તે વહેલી લાઈબ્રેરીમાં આવી ને બુક વાંચે છે.દિશા જયારે વાંચતી હોય છે ત્યારે પેન્સિલથી થી લાઈન કરે છે જથી તેને ખબર પડે કે ક્યાં થી વાંચવાનું અધૂરું છે. પણ જયારે કરણ બુક વાંચતો હોય છે ત્યારે તે લાઈન જોવે છે જે દિશા એ કરી હોય છે પણ તે કન્ફ્યુઝ ન થાય તે માટે દિશા ની લાઈન કાઢી ને પોતે જ્યાં પહોંચ્યો હોય છે ત્યાં નવી લાઈન કરે છે. બીજા દિવસે દિશા જયારે બુક ખોલે છે અને જોવે છે તો તેની લાઈને તેને નથી મળતી પછી તેને નવી લાઈન દેખાય છે જે કરણે કરેલી હોય છે. દિશા કરણની ની લાઈન કાઢી નાખે છે. અને પોતે જ્યાં પહોંચી હતી ત્યાંથી વાંચવા લાગે છે. અને પછી બુક તેની જગ્યા પર મૂકી દે છે. જયારે કરણ લાઈબ્રેરીમાં આવે છે અને બુક ખોલીને પોતે કરેલી લાઈન ગોતે છે તો તેને નથી મળતી થોડું ગોતે છે પછી તે જ્યાં પહોંચ્યો હોય છે તે મળી જાય છે. અને વાંચવા લાગે છે. વાંચીને જ્યાંથી બાકી હોય છે ત્યાં નવી લાઈન કરે છે. તેને દિશા એ કરેલી લાઈન નથી દેખાતી કારણકે દિશા કરણની પેહલાથી બુક વાંચે છે તો કરણ વાંચે છે તેના કરતા વાંચવામાં આગળ પહોંચી ગઈ હોય છે. પછી ના દિવસે દિશા બુક ખોલે છે તો ફરી તેને કરણે કરેલી લાઈન દેખાય છે. પછી તે પોતે જ્યાં લાઈન કરેલી હોય છે તે ગોતીને વાંચવા લાગે છે. થોડાક દિવસ સુધી આવું ચાલે છે. પછી એક બે દિવસ દિશા બુક વાંચવા નથી આવતી તો બીજિ બાજુ કરણ ફ્રી હોય છે તો તે પણ વાંચવામાં ત્યાં પહોંચી જાય છે જ્યાં દિશા પહોંચી હોય છે અને દિશાએ કરેલી લાઈન જોવે છે તો તે કાઢીને પોતાની નવી લાઈન કરી નાખે છે. જયારે દિશા લાઈબ્રેરીમાં આવે છે અને તે નવી લાઈન જોવે છે તો તે સમજી જાય છે કે બીજું કોઈ પણ છે જે આ જ બુક વાંચે છે. પણ દિશા તો રોજ ની જેમ જ્યાં પહોંચી હોય છે ત્યાં નવી લાઈન કરે છે. અને કરણ પણ જયારે દિશા એ કરેલી નવી લાઈન જોવે છે તો તે પણ સમજી જાય છે મારા સિવાય બીજું કોઈ પણ બુક વાંચે છે. તે પણ એમ જ કરે છે જૂની લાઈન કાઢીને પોતાની નવી લાઈન કરે છે. થોડાક દિવસ આમ જ ચાલે છે. પછી દિશા ને એક વિચાર આવ્યો કે કોણ છે જે રોજ મારી જેમ નવી લાઈન કોણ કરે છે તો એક ચિઠ્ઠી માં લખ્યું કે, "Who Are You ?" અને બુક અંદર ચિઠ્ઠી રાખીને પોતાની જગ્યા પર

મૂકી દે છે. કરણ જયારે લાઈબ્રેરીમાં આવી ને બુક વાંચવા અંતે ખોલે છે તો તેને દિશા એ લખેલી ચિઠ્ઠી મળે છે અને ખોલીને જોવે છે પછી દિશા ને જવાબ આપવા માટે તે પણ દિશા ની જેમ એક ચિઠ્ઠી માં પોતાનું નામ લખીને બુક માં રાખી દે છે. બીજા દિવસે દિશા જયારે લાઈબ્રેરીમાં જઈને બુકમાં જોવે છે તો એક ચિઠ્ઠી મળે છે પછી તે ખોલીને જોવે છે તો તેમાં "કરણ" લખેલું હોય છે, અને નીચે કારણે પણ દિશાની જેમ જ લખ્યું હોય છે કે, "Who Are You ?" . પછી દિશા પોતાનું નામ લખીને બુક માં મૂકી દે છે. પછી ના દિવસે કરણ પણ બુક ખોલે છે તો તેમાં ચિઠ્ઠી હોય છે જેમાં દિશા લખેલું હોય છે. પછી કરણ પછી નવી ચિઠ્ઠી માં લખે છે કે, હું (B.A. Sec)માં છું અને તમે ? કરણ બુક માં ચીઠ્ઠી મૂકીને રાખી દે છે. પછી ના દિવસે દિશા બુક માં રાખેલી ચિઠ્ઠી જોવે છે અને તેના જવાબમાં લખે છે, "હું પણ" અને બુકમાં ચિઠ્ઠી રાખીને બુક પાછી મૂકી દે છે આવી રીતે રોજ ચાલતું હતું. પછી રોજ કારણ અને દિશા બુક માં ચિઠ્ઠી રાખીને વાત કરવા લાગ્યા હતા. અને ફ્રેન્ડ્સ બની ગયા હતા. પણ એક બીજા જોયા ન હતા. જોવા વગર જ વાત કરતા હતા. એક દિવસ કરણે દિશા ને ચિઠ્ઠીમાં મળવા માટે પૂછ્યું. કારણકે બંને અલગ-અલગ ક્લાસ માં હતા. પણ દિશાએ મળવા માટે ના પાડી અને તે કહે છે કે,

દિશા : થોડા ટાઈમ પછી મળીશુ અત્યારે આપણે જોયા વગર જ વાત કરીશું.

કરણ : વાંધો નઈ અત્યારે આપણે ચિઠ્ઠી માં જ વાત કરીશું.

થોડાક દિવસ પછી કરણ અને દિશા ની કોલેજ માં પરીક્ષા સારું થવાની હતી. તો દિશાએ ચિઠ્ઠી માં કરણને લખ્યું કે આપણે બંને પરીક્ષા પછી મળીશું. કરણે લખ્યું હા, હવે તો પછી જ મળીશું આમ પણ તું અત્યારે તો મળવા આવીશ નઈ. પછી બંને ચિઠ્ઠી માં જ વાતો કરતા હતા. હજુ સુધી એક બીજા ને જોયા પણ ન હતા. પરીક્ષા ના બે દિવસ ની વાર હતી. કરણ થી હવે રહેવાયું નઈ તો તેને ચિઠ્ઠી માં લખી દીધું કે પરીક્ષાના દિવસે મળવું છે પેપર પૂરું થયા પછી. દિશા એ હા પાડી. બંને એ નક્કી કર્યું કે પરીક્ષા પછી કોલેજ ના ગાર્ડન માં મળીશું. પણ દિશા આવી જ નઈ. કરણ તેની રાહ જોતો રહ્યો. પછી કરણે ચીઠ્ઠીમાં પોતાનો ક્લાસ નંબર લખીને બુકમાં રાખી દીધી. દિશા

એ ચિઠ્ઠી વાંચીને બીજા દિવસે કોલેજ વહેલી આવી ગઈ હતી, કરણને મળવા માટે પણ કરણ ને જોયો નહોતો તો તેને ગોતતી હતી. ક્યાં ક્લાસ માં છે. તેનું નામ ખબર હતી. એક ક્લાસ મળ્યો તેમાં એક કરણ નામ નો સ્ટુડન્ટ હતો. તો તે પેપર પૂરું થયા પછી તે ક્લાસ પાસે આવીને કરણની રાહ જોતી હતી. પણ કરણનું પેપર જલ્દી પૂરું થઈ ગયું હતું અને તે કોલેજના ગાર્ડન માં દિશાની રાહ જોતો હતો. અને આ બાજુ દિશા બધા ને પૂછતી હતી કે કરણ કોણ છે. એક છોકરો આવ્યો ત્યાં, તેનું નામ કરણ(2) હતું. પણ આ કરણ એ ન હતો જ દિશા સાથે વાત કરે છે આ કોઈ બીજો કરણ હતો.દિશા ને એ ખબર ન હતી કે આ કોઈ બીજો કરણ છે. પછી દિશા એ તેને કોફી માટે પૂછ્યું અને કોલેજ પાસે એક કાફે માં ગયા અને પછી..

કરણ(2) : બોલ શું કામ હતુ ?

દિશા : તારે મળવું હતું ને. બોલ મળીને શું કામ હતું.

કરણ(2) : મારે નઈ તારે મળવું હતું. તું જ મને કેહતી હતી કે કોલેજના ગાર્ડન માં મળવું છે. પણ તું તો મારા ક્લાસ સુધી પહોંચી ગઈ.

આમાં કરણ(2) એની એક ફ્રેન્ડ(પ્રીતિ) ની વાત કરતો તે પણ એજ કોલેજ માં છે. જેની સાથે તે કોલ પર વાત કરતો હતો જેને હજુ સુધી જોઈ ન હતી એ પણ દિશા અને કરણની જેમ જોયા વગર વાત કરતા હતા.અને તેને મળવાનું હતું. પણ તે ભૂલ દિશા ને પ્રીતિ સમજીને મળવા માટે કાફે માં આવ્યો હતો.

દિશા : તે જ ચિઠ્ઠીમાં તારા ક્લાસ નંબર લખી રાખ્યા હતા.

કરણ(2) : તું કઈ ચિઠ્ઠીની વાત કરે છે ?

દિશા : બસ હવે મજાક ન કર. ભૂલી ગયો રોજ આપણે બંને કેવી રીતે વાત કરીએ છીએ.

કરણ(2) : હું મજાક નથી કરતો. મને સાચે નથી ખબર કે તું કઈ ચિઠ્ઠી ની વાત કરે છે.

દિશા : હવે તો લિમિટ હોય યાર, બસ હવે મજાક ન કર.

કરણ : અરે પણ હું કઈ મજાક નથી કરતો, મેં ક્યારેય પણ મારા ક્લાસ નંબર કોઈ ચિઠ્ઠીમાં નથી લખ્યા.

દિશા કરણ(2) ને ચિઠ્ઠી બતાવે છે..

દિશા : આ ચિઠ્ઠી તે નથી લખી તો કોને લખી છે.

કરણ(2) : ના, મને શું ખબર કોણે લખી છે.

દિશા : આ ચિઠ્ઠી તે નથી લખી તો રોજ કોણ લખે છે?

કરણ(2) : મને આ ચિઠ્ઠી વિષે કઈ પણ ખબર નથી. આપણે તો કોલ પર વાત કરી છીએ. આમ ચિઠ્ઠી વચ્ચે ક્યાંથી આવી.

દિશા : આપણે ક્યારે કોલ પર વાત થઈ છે ?

કરણ(2) : અરે યાર હવે તું મજાક ના કર, રોજ કોઈની સાથે હું કોલ પર વાત કરું છું. એ તું નથી ?

દિશા : ના મે ક્યારેય કોલ પર વાત નથી કરી તારી સાથે આપણે તો રોજ ચિઠ્ઠી થી વાત કરી છીએ.

કરણ(2) : તો આપણે બંને ને કોઈ ગેરસમજ થઈ છે.આ સાંભળીને દિશા ત્યાંથી ઉભી થઈ જતી રહે છે. કરણ તો ગાર્ડનમાં દિશા ની રાહ જોતો હોય છે. પણ દિશા આવતી નથી અને તે ચિઠ્ઠીમાં "કેમ તું ન આવી" લખી ને મૂકી દે છે. દિશા જ્યારે બુક ખોલી ચિઠ્ઠી વાંચે છે. અને લખે છે કે હું તો તારા કલાસ પાસે આવી હતી તું નહોતો આવ્યો. આમ જ દિવસો જતાં હોય છે પરીક્ષા પુરી થવા આવી હોય છે છેલ્લા બે જ પેપર બાકી હોય છે. ત્યારે એક દિવસ સવારે દિશા અને કરણ બંને વહેલા કોલેજ આવે છે પણ એ એક બીજા ને કીધા વગર અને જ્યારે કરણ બુક માં ચિઠ્ઠી રાખીને બહાર નીકળતો હોય છે ત્યારે બંને લોકો ઉતાવળ માં હોય છે અને લાઈબ્રેરીના ગેટ પાસે એકબીજા સાથે અથડાયા. પણ હજી સુધી બંને માંથી કોઈને ખબર જ નથી કે આ એ જ દિશા છે, આ એ જ કરણ છે. પછી બંને એક બીજા ને સોરી કહે છે અને દિશા લાઈબ્રેરી માં જતી રહે છે. કરણ પણ ત્યાંથી જતો રહે છે. પેપર શરુ થવામાં 30 મિનિટ બાકી હોય ની હોય છે. દિશા બુક ખોલીને પોતાની ચિઠ્ઠી લખવા જતી હોય છે ત્યારે તે જોવે છે કે બુકમાં પહેલેથી જ કરણે ચિઠ્ઠી મુકેલી હોય છે અને તે જોવે તો તેમાં કરણે, "હવે ક્યારે મળીશ તું" લખેલું હોય છે. દિશા સમજી જાય છે કે બુક માં ચિઠ્ઠી રાખી છે તો કરણ અહીં જ ક્યાંય હશે. તે જોવા માટે લાઈબ્રેરીમાં કરણને ગોતે છે. આ બાજુ કરણ પોતાની પરીક્ષાની રિસીપ ગોતે છે અને યાદ આવે છે કે પોતાની પરીક્ષાની રિસીપ લાઈબ્રેરી પાસે પડી ગઈ હશે જ્યારે તે કોઈ છોકરી સાથે અથડાયો હતો. કરણ લાઈબ્રેરી તરફ જાય છે, દિશા

કરણને ગોતવા માટે દોડીને લાઈબ્રેરીના ગેટ પાસે આવે છે. અને ત્યાં નીચે એક પરીક્ષાની રિસીપ પડેલી જોવે છે. દિશા રિસીપ ઉપાડે છે અને નામ વાંચે એ પેહલા જ કરણ ત્યાં પહોંચી ને તે રિસીપ લઈ લે છે. અને દિશાને થેન્કયુ કહે છે. બસ એજ સમયે કરણ અને દિશા એકબીજા સામે થોડા સમય માટે ખોવાય જાય છે. પણ કરણને દિશા ને જોઈ ને આકર્ષિત થાય છે.અને દિશા ત્યાંથી જતી રહે છે. પેપરનો સમય થઈ ગયો હોય છે કરણ પણ ત્યાંથી જતો રહે છે. પેપર પૂરું થયા પછી દિશા ચિઠ્ઠી લખવા માટે લાઈબ્રેરી જાય છે. અને લખે છે કે," મને નથી ખબર પણ હા એક દિવસ જરૂર મળીશું." લખી ને ભાર નીકળે છે ત્યારે કરણ લાઈબ્રેરીમાં આવતો હોય છે અને ફરી પાછા બંને લોકો અથડાય છે પછી કરણ જોવે છે અને વિચારે છે કે આ તો એ જ છોકરી છે જે સવારે અથડાઈ હતી. કરણ સોરી કહીને જતો રહે છે. દિશાને પણ ક્યાંક ને ક્યાંક કરણ ગમવા લાગે છે અને દિશા ત્યાંથી જતી રહે છે. લાઈબ્રેરીમાં જઈને કરણ બુક જોવે છે તો રહેલી છઠ્ઠી વાંચે છે. તો કરણ લખે છે. "હવે તો છેલ્લું પેપર બાકી છે પછી આપણે નહિ મળી શકીએ કારણ કે પછી તો વેકેશન પડી જશે." આટલું લખીને કરણ બુક માં ચિઠ્ઠી રાખીને બુક પાછી મૂકે છે. બીજા દિવસે છેલ્લું પેપર હોય છે ત્યારે દિશા લાઈબ્રેરીમાં જવા ને બદલે તે એ છોકરાને ગોતે છે જેની સાથે તે અથડાઈ હતી. અને કરણ પણ તેને ગોતે છે. બંને માંથી કોઈ પણ લાઈબ્રેરી માં જતું નથી. પેપર પૂરું થયા પછી કરણ લાઈબ્રેરીમાં જાય છે તો તે જોવે છે તેણે લખેલી ચિઠ્ઠી એમજ પડેલી હોય છે જેમ તેણે રાખેલી હતી. દિશાએ ચીઠ્ઠી વાંચી જ ન હતી. કરણ ને એમ થયું કે હવે દિશા ને વાત નથી કરવી એટલે આ ચિઠ્ઠી વાંચી જ નહિ. કરણ પોતે લખેલી ચિઠ્ઠી પછી લઈ લે છે અને ત્યાંથી જતો રહે છે. દિશા જયારે લાઈબ્રેરી માં આવે છે અને બુક ખોલે છે તો તેમાં કોઈ ચિઠ્ઠી હોતી નથી તો દિશા ને પણ એમ જ થાય છે કે કરણ ને હવે વાત નથી કરવી માટે કોઈ ચિઠ્ઠી નથી લખી. દિશા બુક મૂકેને લાઇબ્રેરીની બહાર આવે છે. તે ગાર્ડન માં કરણ ને જોવે છે. પણ તેને ખબર નથી કે આ એ જ કરણ છે જેની સાથે હું ચિઠ્ઠી થી વાત કરું છે, પણ તેને તો એમ જ છે આ તે જ છે જેની સાથે હું ગઈ કાલે અથડાઈ હતી. દિશા કરણ પાસે જતી હોય છે પણ ત્યાં કરણ ત્યાંથી જતો રહે છે. અને બંને લોકો અલગ પડી જાય છે. તો આ હતી

માહિર ની બીજી સ્ટોરી.

3
Last Story

હવે માહિર ને થયું કે મારે હજી એક સ્ટોરી લખવી છે. કારણ કે તેણે આ બે સ્ટોરી લખીને ગમ્યું હતું. તો તેણે નક્કી કરી લીધું કે એક સ્ટોરી લખવી જ છે. પણ શું લખવું એ વિચારવા માં ને વિચારવા માં બીજા ત્રણ-ચાર દિવસ જતાં રહ્યા. એક દિવસ વિચારી લીધું અને લખે છે.

આ સ્ટોરીમાં જતીન અને રુહી ની છે. જતીન શહેરમાં એકલો રહે છે. અને એક સોફ્ટવેર કંપનીમાં જોબ કરે છે. રુહી પણ તે જ શહેર માં રહે છે. જતીન અને રુહી બંને એક જ ઓફિસ માં જોબ કરે છે. પણ બંને અલગ-અલગ ડિપાર્ટમેન્ટ માં અને અલગ-અલગ સમયે ઓફિસ આવે છે. જયારે જતીન ઓફિસથી નીકળવાનો હોય ત્યારે રુહીનો ઓફિસ આવવાનો સમય હોય છે. જતીન લિફ્ટમાં નીચે જાય છે અને રુહી એ જ લિફ્ટ માં ઉપર ઓફિસ માં આવે છે. રુહી પાર્ટ ટાઈમ જોબ કરતી હોય છે તેથી જતીન અને રુહી રોજ આવી રીતે લિફ્ટમાં ભેગા થતા હતા. પણ એક બીજા ને ઓળખતા ન હતા. જતીન ને રુહી ગમતી હતી. પણ તેને ખબર ન હતી કે રુહી તેની જ ઓફિસ માં જોબ કરે છે. એક દિવસ જતીનને ઓફિસ માં કામ હોવાથી તે મોડે સુધી ઓફિસ માં જ હોય છે. ત્યારે જ ઓફિસ માં રુહી આવે છે. અને તે પોતાની જગ્યા પર બેસે છે. જતીન તેને જોવે છે અને ઇચારે છે કે મારી જ ઓફિસ માં જોબ કરે છે અને હું ઓળખતો નથી. મન માં હશે છે અને પ[ઓટાનું કામ કરવા લાગે છે. ત્યારે જ જતીન ઓફિસ માં તેના સર બોવાલે છે

અને નવા પ્રોજેક્ટ માટે વાત કરે છે. જતીન જોવે છે સરની ઓફિસ માં રુહી પણ હાજર છે. જતીન ને તેના સર રુહી સાથે પરિચય કરાવે છે અને કહે છે તમારે બંને એ આ નવા પ્રોજેક્ટ પર સાથે કામ કરવા નુ છે. જતીન ખુશ હતો. પણ રુહી થોડી ગભરાયેલી હતી. કારણ કે તેને આ વિશે અનુભવ ન હતો. જતીને રુહીને કહ્યુ, હું તને હેલ્પ કરીશ. તું ગભરાઈશ નહિ. અને બીજા દિવસે થી બંને સાથે કામ કરવા લાગે છે. જતીન રોજ મોડે સુધી કામ કરવા લાગ્યો હતો. રુહી નો ટાઈમ મોડો હતો તો તે આવે પછી બંને સાથે કામ કરતા હતા. થોડા દિવસોમાં બંને સારા ફ્રેન્ડ્સ બની ગયા હતા. સમય જતા રુહીને પણ જતીન ગમવા લાગે છે પણ તે ફ્રેન્ડ્ ની જેમ જ રહે છે. દિવાળી આવવાના થોડા દિવસ બાકી હતા. દિવાળીની પાર્ટી પુરી થયા પછી જતીન રુહી ને ઘરે મુકવા આવા માટે પૂછે છે. રુહીનું ઘર થોડે દૂર હોય છે અને રાતના સમયે મોડું પણ થઈ ગયું હોય છે તો રુહી હા પાડે છે. જતીન રુહીને તેની કાર માં મુકવા જાય છે. રાત ના સમયે રોડ પર કોઈ હોતું નથી. બધા રસ્તા ખાલી હોય છે. જતીન અને રુહી વાતો કરતા કરતા કારમાં જતા હોય છે. ત્યાંજ અચાનક જતીન કાર સાઈડ માં રોકી દે છે. અને રુહીને પ્રપોઝ કરે છે. રુહી ને મનમાં ક્યાંક તો જતીન ગમતો હોય છે. અને તે જતીનનું પ્રપોઝ સ્વીકારે છે. અને બંને લોકો એક બીજાના હાથ પકડીને થોડી વાર કારમાં જ બેસે છે. થોડી વાર પછી જતીન રુહીને ઘરે મૂકીને પોતાના ઘરે જતો રહે છે. પછીના દિવસે દિવાળીની રજાઓ શરૂ થાય છે. તો જતીન અને રુહી બહાર ફરવા જાય છે. ખુબ જ મસ્તી કરે છે. અને પછી જયારે ઓફિસ ખુલે છે ત્યારે પણ સાથે જ કામ કરે છે. હવે તો રુહી પણ સવારે જ ઓફિસ આવવા લાગી હતી. જતીન અને રુહી સાથે ઓફિસ આવતા હતા. બંને ની લાઈફ માં બધું બરાબર ચાલતું હતું. ત્યાંજ ઓફિસ માં એક ફંક્શન થાય છે. અને ત્યારે જ રુહી નો એક્સ બોયફ્રેન્ડ(પ્રતીક) પાર્ટીમાં આવે છે. કારણકે પ્રતીક ઓફિસમાં જુના સ્ટાફ માંથી હોય છે. રુહીને જોવે છે. પણ જતીન ત્યાં નથી હોતો કારણકે તે વોશરૂમ માં ગયો હોય છે. પ્રતીક રુહી પાસે જાય છે. અને વાત કરે છે.

પ્રતીક : (આશ્ચર્યચકિત થઈને) તું અહીંયા શું કરે છે ?

રુહી : હું અહીંયા જ જોબ કરું છે. પણ તું અહીંયા કેવી રીતે ?

પ્રતીક : હું આ ઓફિસ નો જૂનો એમ્પ્લોય છું. તો મને ઇન્વાઈટ કર્યો છે.

આમ થોડી વાતો કરે છે. પછી ડાન્સ પાર્ટી ચાલતી હોય છે. પ્રતીક રુહીને ડાન્સ માટે પૂછે છે. અને રુહી પ્રતીક સાથે ડાન્સ કરતી હોય છે ત્યારે જતીન ત્યાં આવીને જોવે છે. તો રુહી પ્રતીક સાથે ડાન્સ કરતી હોય છે. જતીન નારાજ થાય છે તેને ગમતું નથી. જતીનને પ્રતીક નો ચેહરો દેખાતો નથી હોતો તે દૂર થી રુહી ને જોવે છે. ગુસ્સે થઈને તે રુહીની નજીક જાય છે અને જોવે છે તો પ્રતીક પાછળ ફરે છે. પ્રતીકને જતીન ને આશ્ચર્ય લાગે છે. કારણકે આ પ્રતીક જતીનનો કોલેજ નો ફ્રેન્ડ હતો. જતીન વિચારે છે પ્રતીક અહીંયા કેવી રીતે . પ્રતીક જતીનને કહે છે. હું પણ આ જ ઓફિસમાં જૂનો એમ્પ્લોય હોય છે. જતીન પ્રતીક ને રુહી સાથે પરિચય કરાવે છે. જતીનને એ વાત ની ખબર જ ન હતી કે પ્રતીક રુહી એકબીજાને પહેલેથી જ ઓળખે છે. અને પ્રતીક જ તેનો એક્સબોયફ્રેન્ડ હતો. પણ તે રુહી થી નારાજ હતો. પાર્ટી પુરી થયા પછી રુહીને મુકવા જાય છે. ત્યારે જતીન ચૂપ હોય છે. રુહી સમજી જાય છે કે જતીન તેનાથી નારાજ છે. રુહી જતીનને પૂછે છે કે તું મારા થી કેમ નારાજ છે. અને કહે છે એતો પ્રતીક સાથે એમજ ડાન્સ કર્યો હતો બીજું કઈ જ નથી. મનાવે છે. અને કહે છે. હું તો તારી જ છું. બીજા કોઈની નહિ. જતીન થોડી વાર નથી માનતો પણ પછી માની જાય છે અને રુહીનું ઘર પણ આવી ગયું હોય છે. જતીન રુહીને મૂકીને પોતાના ઘર તરફ જાય છે. પછીના દિવસે ફરી બંને સાથે કામ કરવા લાગે છે. ફરી બંને પેહલા ની જેમ રહેવા લાગે છે. પણ આવું લાંબા સમય સુધી ન ચાલ્યું. થોડા દિવસ પછી એક ઓફિસમાંથી ટ્રુર થાય છે. જતીન અને રુહી બંને આ ટુર માં જાય છે. ટુરમાં જતીન અને રુહી સિવાય ઓફિસના લોકો પણ હતા. જેમાં પ્રતીક પણ હતો. જતીન ની બાજુમાં રુહી બેઠી હતી. બંને પોતાની દુનિયામાં ખોવાયેલા હતા. હોટલ પોંહચીને બધા લોકો પોતાના રૂમમાં પહોંચીને ફ્રેશ થાય છે. પછી હોટલમાં ડાન્સ ક્લબ હોય છે. બધા લોકો ત્યાં જાય છે. રુહી અને જતીન પણ જાય છે. રુહી અને તેની ઓફિસની ફ્રેન્ડ્સ સાથે ડાન્સ કરતી હોય છે. જતીન ત્યાં સાઈડ માં ઉભો રહીને રુહીને જોતો હોય છે. તે થાકી ગયો હોય છે તો ડાન્સ કરવા જતો નથી. ત્યારે પ્રતીક આવે છે અને જતીનની બાજુમાં

આવે છે. અને વાત કરે છે. થોડી ગપશપ કર્યા પછી પ્રતીક જતીનને પૂછે છે.

પ્રતીક : રુહી સાથે કેટલા સમય થી રિલેશનશિપ છે.

જતીન : અમે એક જ ઓફિસ માં હતા તો પણ ક્યારેય મળ્યા ન હતા.પણ જ્યારે અમે લોકો સાથે કામ કરવા લાગ્યા તો સારા ફ્રેન્ડ્સ બની ગયા અને બસ પછી બંને ક્લોઝ આવી ગયા.

પ્રતીક : તને રુહીએ તેના ભૂતકાળ વિશે કીધું છે કે નહિ.

જતીન : હા, મને તો તેના વિષે ખબર જ છે. કારણકે અમે લોકો અમારા રિલેશનશિપ ને મજબૂત રાખવા માંગીએ છીએ.

પ્રતીક : પણ તને એક વાત ની ખબર તો નહિ જ હોય.

જતીન : મને બધી જ ખબર છે, અને એક વાત કે તું મારા અને રુહીના રિલેશન થી ઈર્ષા કેમ થાય છે.

પ્રતિક : કેમ કે રુહી જ મારી એક્સ ગર્લફ્રેન્ડ હતી. અને રુહીવિશે ખોટું કહે છે કે રુહી કેટલાય છોકરાને ફસાવે છે. મને પણ ફસાવ્યો હતો. તે ખરાબ છોકરી છે. તું રુહી સાથે બ્રેકઅપ કરી લે.

આ સાંભળીને જતીન ને પગ નીચે થી જમીન ખસી ગઈ. કારણકે જતીન ને આ વાત ની જાણ ન હતી. તેને રુહી પર ગુસ્સો આવ્યો અને દુઃખી પણ થયો. રુહીએ આ વાત મને કેમ ન કહી. તે ત્યાંથી પોતાના રૂમમાં જતો રહે છે. પ્રતીક ત્યાં જ હોય છે. રુહી જતીનને ગોતે છે. પણ ડાન્સ ક્લ્બ માં નથી મળતો. પ્રતીક તેને કહે છે.

પ્રતીક : તે હવે તને નહિ મળે. જતીન તારા પર ગુસ્સો કરીને તેના રૂમ માં જતો રહ્યો છે. અને તારાથી નારાજ પણ છે.

રુહી : કેમ જતીનને શું થયું? તે મારા થી કેમ નારાજ છે. તને કઈ ખબર હોય તો બોલ, ટેરો તો ફ્રેન્ડ છે ને.

પ્રતીક : હા, ફ્રેન્ડ છે એટલે જ હું જતીન નું સારું જ કરું છું. હવે તમારું રિલેશનશિપ પૂરું થયું ગયું. હવે જતીનને ભૂલી જજે.

રુહી : (ગુસ્સે થઈને) તે જતીનને શું કીધું છે મારા વિશે. સાચું બોલ ..

પ્રતીક : જે સાચું હતું એ જ કીધું છે, કે તું મારી એક્સગર્લફ્રેન્ડ હતી.

રુહી : તને મારા રિલેશન થયુ તકલીફ હતી તો તે જતીનને આ બધું કીધું. હું બધું ભૂલીને જતીન સાથે નવી જિંદગી શરુ કરવાની હતી પણ

તે બધું જ બગાડી નાખ્યું છે.

અને રુહી પણ ત્યાંથી જતી રહે છે. અને પોતાના રૂમ માં જઈને જાતિને કોલ કરે છે. જતીન કોલ ઉપાડતો નથી. અને જતીન આખી રાત એજ વિચારતો રહે છે કે રુહી એ આટલી મોટી વાત મારા થી કેમ છુપાવી ને રાખી મને અંધારા માં રાખ્યો. મારો ભરોષો તોડ્યો. રુહી જતીનને sms કરે છે. પણ જતીન કઈ જ જવાબ આપતો નથી. પછીના દિવસે જ્યારે ટુર માંથી પાછું થવાનું હતું. ત્યારે જતીન રુહીની બાજુ માં ચુપચાપ બેઠો હતો. કઈ જ બોલતો ન હતો. અને તે રુહી ને ઇગ્નોર કરતો હતો. રુહી જતીનને સમજાવે છે કે, હું તારા થી કઈ છુપાવતી નથી. હું તો મારુ ભૂતકાળ ભૂલી જ ગઈ હતી અને હું તને દુઃખી જોવા નહોતી માંગતી. જતીન કઈ બોલતો નથી. ટુરમાંથી પાછ પોતાના શહેર પહોંચ્યા ત્યાં સુધી રુહી જતીનને મનાવતી જ રહી. પણ જતીન માન્યો જ નહિ. બીજા દિવસે જતીન રુહીને લઈને ઓફિસ જાય છે. કારમાં રુહી જતીનને સમજાવે છે. પણ જતીન સમજતો જ નથી. ઓફિસમાં પ્રોજેક્ટ માટે મિટિંગ હોય છે તો બંને લોકો મિટિંગ માં જાય છે. મિટિંગ ચર્ચા થયા પછી નક્કી થાય છે કે નવા પ્રોજેક્ટ માટે થોડા દિવસ બેંગ્લોર રહેવાનું હોય છે તો જતીન જવા માટે તૈયાર થઇ જાય છે. તે એકલો જવાનો હતો. મિટિંગ પુરી થયા પછી રુહી જતીન પાસે આવીને તેને મનાવે છે. પણ જતીન કોઈ વાત સાંભળવા તૈયાર જ નથી.

રુહી : તું મારી વાત એક વાર તો સંભાળ પછી તું જે કહીશ. તે હું માનીશ.

જતીન : તે મારા થી આ વાત કેમ છુપાવી એક વાર પણ વિચાર્યું નહિ કે મને ખબર પડશે ત્યારે મને કેટલું દુઃખ થશે.

રુહી : મારો એવો કોઈ જ ઈરાદો ન હતો જતીન તું વાત ને સમજ અને માની જા ચાર.

જતીન : રુહી તે બીજી વાર મારો ભરોષો તોડ્યો છે હવે તું જ કહે હું કેમ માનું, હવે તો એક જ રસ્તો છે કે તું મારાથી દૂર જતી રે...

રુહી : મેં વિચાર્યું હતું કે તને મારા એક્સબોયફ્રેન્ડ વિશે કહું, પણ હું તને દુઃખી કરવા નહોતી માંગતી અને તને ખોવા નહોતી માંગતી એટલે હું જૂનું ભૂલીને તારી સાથે નવી લાઈફ શરુ કરવા માંગતી હતી.

આટલું કહી ને રુહી રડવા લાગે છે. અને ત્યાંથી જતી રહે છે. આખો દિવસ જતીન દુઃખી થઈને પોતાની જવાની તૈયારી કરવા લાગે છે.

જ્યારે સાંજે જતીન ઓફિસથી નીકળે છે તો રુહીને ગોતે છે. રુહી ઓફિસમાં તેની જગ્યા પર પણ નથી હોતી. નીચે જઈને ગોતે છે તો જતીનની કાર પાસે રુહી રડતી જોવા મળે છે. જતીન ત્યાં જઈને રુહીને છાની રાખે છે. રુહી જતીનને ગળે લગાડીને રડવા લાગી કહે છે, હવે મને છોડીને જતો નહિ. જતીન પણ રુહીને કહે છે કે હવે તું પણ મારો ભરોષો ન તોડતી જે પણ હોય મને કહી દેજે. કોઈ વાત છુપાવતી નહી. બંને લોકો ઈમોશનલ થાય જાય છે. જતીન રુહીને ઘરે મુકવા પોતાની લઈને જાય છે. બંને ખુશ હતા. પણ રુહી ને એ વાત ની જાણ જ ન હતી કે જતીન બેંગ્લોર થોડા દિવસ માટે નહિ, પરંતુ હંમેશા માટે જાય છે. રુહી જતીનને બેંગ્લોર જતા રોકે નહિ તે માટે જતીને આ વાત રુહી થી છુપાવી ને રાખી. જતીન અંદરથી ખુબ જ દુઃખી હતો. કારણકે એ રુહી સાથે દગો કરીને બેંગ્લોર જવાનો હતો. રુહી ખુશ છે કે જતીન માની ગયો અને પેહલા ની જેમ પાછા બંને ક્લોઝ થઈ ગયા પણ તેને ખબર ન હતી. કે હું છેલ્લી વાર જતીનને મળું છું પછી નહિ મળી શકું. રુહી નું ઘર આવે છે તે જતીનને તેના પ્રોજેક્ટ માટે ગુડ લક વિશ કરે છે. જતીન થેન્ક્યુ કહીને ત્યાં થી જાય છે. ત્યારે તેની આંખ માં આંસુ હોય છે.

રુહી : તું રડે છે કેમ?

જતીન : અરે ચાર આ તો ખુશી ના આંસુ છે હું કાંઈ રડતો નથી આ તો હવે આપણે ફરી સાથે થઈ ગયા એટલે.

રુહી : તો ઠીક છે. મને રડવા ની ના પાડીને પોતે રડે છે વાહ..

જતીન : ચલ હવે તું જા નહિ તો તને જવા નહિ દઉં.

રુહી : (થોડું હસીને) બસ હવે કોઈ નહિ રડે.

બંને હશે છે. જતીન ત્યાંથી જાય છે. રુહી પોતાના ઘર તરફ વળે છે. જતીન રડવા લાગે છે અને પોતાના ઘર તરફ વળે છે. કારણકે તેને ખબર હોય છે કે હવે ફરી ક્યારેય મળવાના નથી. જતીન બેંગ્લોર જતો રહે છે. પોતાના કામ માં વ્યસ્ત થાય જાય છે. આ બાજુ રુહી જતીનની રાહ જ જોતી હોય છે. જતીન રુહીને ભૂલવાની કોશિષ કરે છે. પણ ભૂલી ન શક્યો. જ્યારે જ્યારે સમય મળે ત્યારે જતીન એ વિચારતો રહ્યો

પણ નક્કી ન કરી શક્યો કે હું રુહીને યાદ કરું છું કે એ યાદ આવે છે...
તો આ હતી માહિર ની ત્રીજી અને છેલ્લી સ્ટોરી.

"પામવું ક્યાં જરૂરી છે, કોઈને ચાહતા રહીયે એ જ ઘણું છે. કેહવું ક્યાં જરૂરી છે, કોઈ અનુભવે છે એ જ ઘણું છે."

INDIRECT MURDER BY THE DOWRY

KILLING INDIRECT PEOPLE BY DOWRY

TAMANA TAMANA JAN